AF345948

9 789388 274319

पद्मश्री प्राण

मॉरिस हॉर्न, वर्ल्ड इनसायक्लोपेडिया ऑफ कॉमिक्सचे संपादकांनी कार्टुनिस्ट प्राणला 'वॉल्ट डिस्नी ऑफ इंडिया' म्हटले आहे. त्यांचे कॉमिक्स पिढी दर पिढी वाढणाऱ्या नवतरूणांचा नेहमीसाठी सोबती राहिले आहेत. त्यांनी त्यांचे कॅरेक्टर्स चाचा चौधरी, साबू, श्रीमतीजी, पिंकी, बिल्लू, रमन इ. च्या मनोरंजनाचा भरपूर आनंद घेतला आहे. त्यांचे ५०० हून अधिक टायटल्स बाजारात सध्या विकले जातात आणि न्यूज पेपर्समध्ये डझनाने स्ट्रिप्स प्रकाशित होतात. चाचा चौधरीवर आधारित टीव्ही सिरियलचे ६०० पेक्षा जास्त भाग सातत्याने एका मुख्य वाहिनीवर दाखविण्यात आले. जगातील अनेक देशांचा प्रवास केलेल्या प्राण यांना लिम्का बूक ऑफ रेकॉर्डसने 'पिपल ऑफ द इयर ॲवार्ड' ने सन्मानित करण्यात आले आहे. १९८३ मध्ये त्यांचे कॉमिक बुक 'रमन, हम एक है' चे प्रकाशन तत्कालिन पंतप्रधान श्रीमती इंदिरा गांधी यांनी केले होते.

– प्रकाशक

पिंकीची आईस्क्रीम

पण यावेळी आपण इतक्या सहजपणे पराभव मान्य करणार नाही. पिंकीला ट्रॉफी जिंकू द्यायची नाही.

आणि स्टॉल नस- तानाही आपण सर्वात जास्त कमावणार.
समजलो. आपल्याला आपला सुपर प्लॅन वापरावा लागेल.

बिट्टी, तू स्टॉल लावणार नाहीस?

यावेळी आपला प्लॅन नक्कीच यशस्वी होणार. हा हा हा

नाही. तुला मदत करण्यासाठीच मी भाग घेतला नाही. एखादे ग्राहक आले तर मी त्याला आइस्क्रिम विकते.
ठीक आहे, बिट्टी.

पिंकी, इथे तर दोन फ्रीजर आहेत. त्यात तुझा कोणता आहे?
उजव्या हाताचा माझा आहे आणि डाव्या हाताचा कंपनीचा आहे. मी आता जाऊन येते.
पिंकी म्हणाली की उजव्या बाजूचा फ्री-जर तिचा आहे. ती माझ्या समोर उभी होती. त्यामुळे उजवी बाजू माझ्याकडून की तिच्याकडून?
हाच असेल. हा फ्रीजर उघडाही आहे. आता यामध्ये जाऊन सर्व आइस्क्रिम माझ्या बॅगमध्ये भरते. मग प्लॅननुसार नट्टू आणि मी शाळेच्या बाहेर ते अर्ध्या किमतीत विकतो.
हा कंपनीचा फ्रीजर आहे. ट्रक बंद पडल्यामुळे इथे ठेवावा लागला. याला लॉक करून काही चहा -नाश्टा करून येतो.

बिट्टी, कुठे गेली? बरं झालं मी लवकर परत आले. आता मी सर्वांना शांतपणे आइस्क्रिम देऊ शकेल.

फन फेअर सुरू झाले आहे. लोक यायला लागलेत. यावेळी जास्त गर्दी होईल असे दिसते. चांगली विक्री होईल.

मला एक व्हॅनिला आइस्क्रिम दे.
मला बटरस्कॉच.
मला स्ट्रॉबेरी

तिकडे फ्रीजमध्ये
उफ! मी चुकीच्या फ्रीजमध्ये घुसले आहे. कोण्या तरी कर्मचाऱ्याने फ्रीज लॉक केले आहे. इथे तर खूप गारवा आहे.
क्रमाल आहे. बिट्टी अद्याप आली नाही. प्लॅन नुसार तर आम्हाला पिंकीचे आइस्क्रिम चोरून शाळेबाहेर स्वस्तात विकायचे होते.

व्वा! यावेळीही चांगली कमाई झाली. सर्व आईस्क्रिम विकले गेले. ट्रॉफी मलाच मिळेल, असे वाटते.

ज्या स्टॉलवर सर्वाधिक विक्री झाली तो आहे पिंकीचा सुपर आईस्क्रिम स्टॉल. पिंकीने स्टेज-वर यावे आणि ट्रॉफी स्वीकारावी.

धन्यवाद.

पिंकीला ट्रॉफीही मिळाली तरी ही बिट्टी कुठे गेलीय काय माहीत?

पिंकी, तू बिट्टीला पाहिलेस?

बिट्टी मला भेटली होती, पण नंतर कुठे गायब झाली काय माहीत?

फ्रीजरच्या आतमध्ये
इथे तर खूपच थंडी आहे. माझेही आईस्क्रिम होईल, असे वाटते.
अंकल, हा फ्रीजर तुम्ही कुठे नेत आहात?
कंपनीत.

बिट्टी, कुठे आहेस तू?
हा नटूही एक नबरचा मूर्ख आहे. फ्रीजर का उघडायला लावत नाही?
माझे सर्व आईस्क्रिम विकले. मला यातील एक हवे आहे.
ICE CREAM

का नाही? तू कंपनीला खूप फायदा मिळवून दिला आहेस. तुला आईस्क्रिम नक्कीच मिळेल. मी आता फ्रीजर उघडतो.

हे? बिट्टी तू?

6

चाचा चौधरी
आणि
कुंभ मेळा
कुम्भ स्पेशल
प्रयागराज 2019
मकर संक्रांत १५ जानेवारी २०१९
पौष पौर्णिमा २१ जानेवारी २०१९
मौन आमावश्या ४ फेब्रुवारी २०१९
वसंत पंचमी १० फेब्रुवारी २०१९
माघी पौर्णिमा १९ फेब्रुवारी २०१९
महा शिवरात्री ४ मार्च २०१९

चाचा चौधरी आणि कुंभ मेळा

कुंभ मेळ्यामध्ये तीर्थयात्रींसाठी रस्ते रुंद करण्यात आले आहेत. १९ पूल आणि ६ भूयारे बनविण्यात आली आहेत.
कुंभ मेळा
शौचालय

या वर्षी कुंभमेळ्याचे आयोजन सुमारे ३२०० हेक्टर एरियात करण्यात आले आहे. जो वीस भागांमध्ये पसरला आहे.

आधी देव आणि राक्षस यांच्यामध्ये अमर होण्याच्या उद्देशाने कुंभ मिळविण्यासाठी युद्ध झाले होते.
त्या चार ठिकाणी कुंभमेळा आयोजित होतो.

अमृत कलश नेत असताना विष्णु भगवान यांच्याकडून अमृताचे काही थेंब चार ठिकाणी पडले होते.

नमस्कार, चाचा चौधरी.
चाचाजी, प्रयागराज कुंभ २०१९ मध्ये याबेली १२ कोटी भक्त येण्याचा अंदाज आहे.

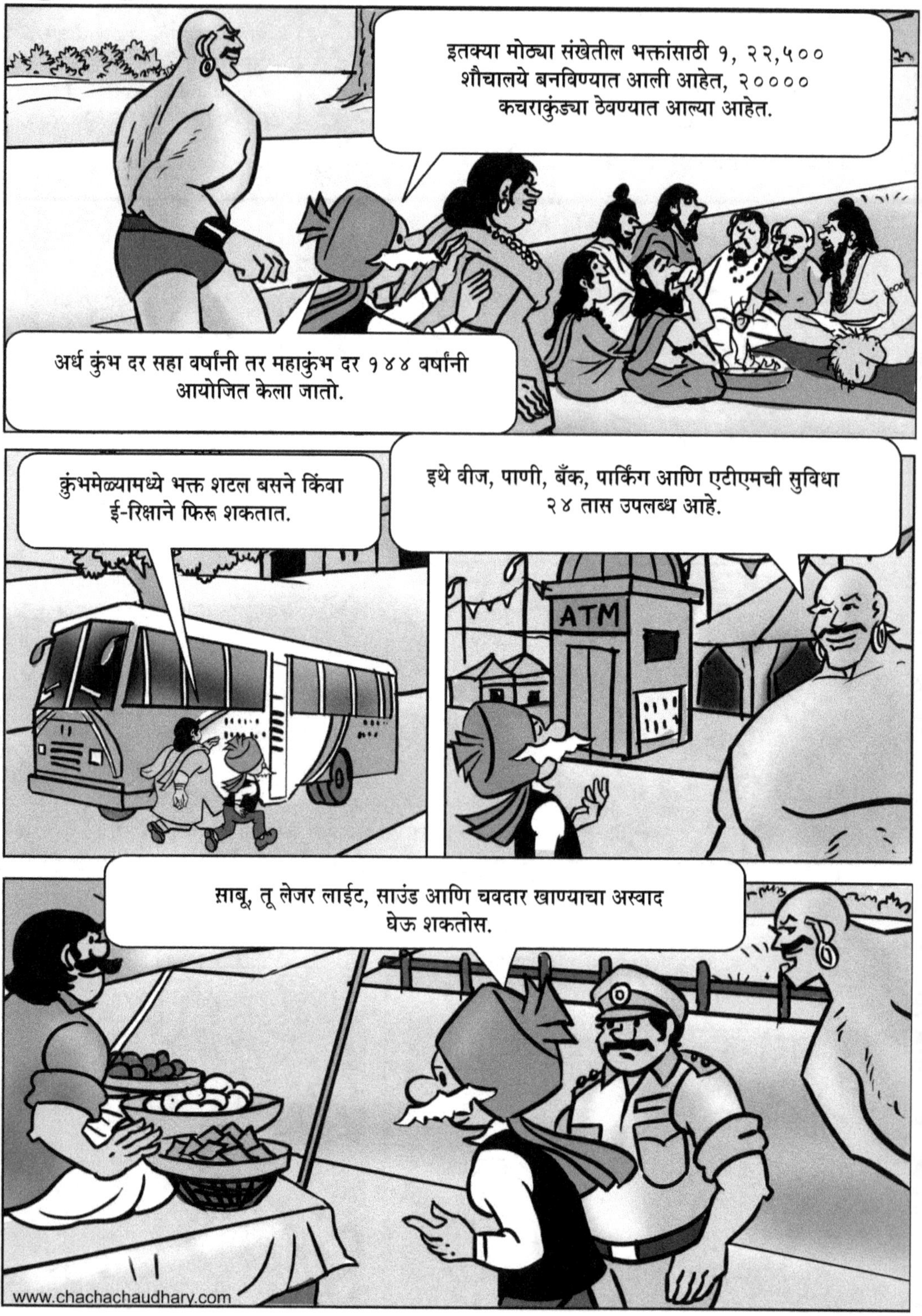

इतक्या मोठ्या संखेतील भक्तांसाठी १, २२,५०० शौचालये बनविण्यात आली आहेत, २०००० कचराकुंड्या ठेवण्यात आल्या आहेत.

अर्ध कुंभ दर सहा वर्षांनी तर महाकुंभ दर १४४ वर्षांनी आयोजित केला जातो.

कुंभमेळ्यामध्ये भक्त शटल बसने किंवा ई-रिक्षाने फिरू शकतात.

इथे वीज, पाणी, बँक, पार्किंग आणि एटीएमची सुविधा २४ तास उपलब्ध आहे.

ATM

साबू, तू लेजर लाईट, साउंड आणि चवदार खाण्याचा अस्वाद घेऊ शकतोस.

HOSPITAL

'पेंट माय सिटी'' अंतर्गत सर्व शासकीय इमारती आणि पुलांच्या भिंती कुंभच्या कथांनी चित्रित केल्या आहेत.
ही आमची कंट्रोल रुम आहे.
तो माणूस जरा मोठा करुन दाखवा.

कुंभ मेळ्यासाठी उत्तर प्रदेश सरकारने ४,२०० कोटी रु. राखून ठेवले असून कुंभ २०१३ च्या तुलनेत ही रक्कम तीन पट आहे.

साबु, त्याला पकड.

हुबा! हुबा ! तू हा बु-
ंभमेळा नष्ट करू शकत
नाहीस.
ग़ोराला कोणी थांबवू
शकत नाही. हा!
हा!!

साबू, फॉर्म्यला
नं. २६५.

12

अरे ! वाचवा!

सर्व कुंभमेळा उधळून लावायचा शेर सिंहचा डाव होता.

याला तुरुंगात पाठवावे लागेल.
जेल

या वर्षी कुंभ मेळ्यामध्ये सुरक्षेची चांगली व्यवस्था केली आहे, हे विसरला होता का शेर सिंह?

कुंभ मेळ्याच्या निमित्ताने टपाल तिकिटाचे उदघाटन.

कुंभ आकडेवारी:- २००० वर्षे जुनी परंपरा. ३३ कोटी देवी-देवता, ४५ दिवस, ९८ आखाडे, ९२ कोटी तीर्थयात्री, ३२०० हेक्टरवर मेळ्याचे आयोजन, ३६ कोटी भोजन, ९१२ देश, ३०००० पेक्षा जास्त वैद्यकीय कर्मचारी, ८५००० पोलिस कर्मचारी.

चाचा चौधरी
आणि
प्रगतीच्या दिशेने
उत्तर प्रदेश...

नमस्कार, चाचा चौधरी.
आमचे नवीन मुख्यमंत्री अदित्यनाथ आल्यापासून उत्तर प्रदेशची चांगली प्रगती झाली आहे.
मला हे घर 'सर्वांचे घर असावे' पंतप्रधान निवास योजनेंतर्गत मिळाले आहे. आठ लाख विनंती अर्ज स्वीकारले आहेत.
सुमारे २००० सरकारी आणि खाजगी इस्पितळांची निर्मिती केली आहे.
आयुष्यमान भारत जगातील सर्वात मोठी आरोग्य योजना आहे.१० कोटी कुटुंबांना त्यामुळे आरोग्य सुरक्षा योजना मिळेल.
एल एच पी एस . प्रत्येक कुटुंबला वार्षिक ५ लाखाचा विमा देईल.
चाचाजी, इथे अनेक नवीन कंपन्या सुरू झाल्या आहेत.

प्रत्येक विकासासाठी रुपयाची गुंतवणूक पाहिजे.

६०,००० कोटीपेक्षा जास्त भांडवली गुंतवणूक उद्योग वाढविण्याासाठी केली आहे.

मला माझ्या उद्योगासाठी स्वस्तात जमिन आणि बँककडून कमी व्याज हप्त्याचे कर्ज मिळाले आहे.

उत्तर प्रदेशात शिक्षणाच्या क्षेत्रात किती काम झाले आहे ते पाहू.

स्कूल

आमचे मुख्यमंत्री उत्तर प्रदेशाच्या विकासासाठी चांगले काम करीत आहेत.

आम्ही प्रत्येक शिक्षक आणि विद्यार्थ्यांचा डाटा कॉम्प्युटराईज्ड करीत आहोत. शाळेचे फर्निचर, वीज आणि पाण्याच्या सुविध्‍ेसाठी ५०० कोटी रुपयांची तरतूद केली आहे.

'स्कूल चेले' मोहिमेंतर्गत १,३११६३ पेक्षा जास्त विद्यार्थी नामांकित झाले आहेत.

PRINCIPAL

संपूर्ण मेळ्यावर पहिल्यांदाच सीसी टीव्हीची नजर.

चाचाजी, चला भीमसिंगला भेटू. त्याने आपल्या शेतात ऊस घेतला आहे.
नमस्कार, चाचाजी.
तुम्ही कुश व्हायला हवे की, सरकार तुमची बाकी रक्कम ऊस उत्पादक शेतकऱ्यांना देणार आहे.
होय, खरं आहे. याच्या आधी आम्ही परेशान होतो.
२०१७-२०१८ मध्ये उ. प्र. सरकारने २७,७२९.४८ कोटी आणि ४३५५४ रु. ऊस उत्पादक शेतकऱ्यांना दिलेत. उ.प. राज्य देशातील ३७ टक्के साखर उत्पादन करते.
मुख्यमंत्री योगी अदित्यनाथ यांना २०२२ पर्यंत शेतकऱ्यांचे उत्पन्न दुप्पट करायचे आहे.
मला हे शौचालय दिसले. पूर्ण उ.प्र. मध्ये स्वच्छ भारत अभियानांतर्गत १.७१ कोटी शौचालये, २.५ कोटी कुटुंबासाठी बनविली आहेत.

उज्ज्वला योजनेंतर्गत ९७ लाख कुटुंबाना मोफत गॅस कनेक्शन मिळाले आहे.

मलाही ही सुविधा मिळाली आहे.

७,५८३ गावे बसढ्दारे शहराशी जोडली आहेत. १८ बस टर्मिनल अत्याधुनिक करण्यात आली आहेत. १६ वातानुकुलीत आणि ५० नवीन बस सुरू केल्या आहेत.

लखनौ- गाजीपूर हायवेचा विकास करण्यात आला आहे. तो पुढे गोरखपूरपर्यंत वाढविण्यात येणार आहे.

बुंदेलखंड विभागात बुंदेलखंड एक्सप्रेसवेही लगेच बनविण्याची योजना आहे.

कुंभमेळा ३२०० एक्कर जमिनीवर आयोजित केला आहे. रस्ते, पूल, भूयारी मार्ग, विमानतळाचे आधुनिकीकरण केले आहे. यामध्ये तंबू, इस्पितळ, शौचालये, डिस्प्ले बोर्ड, उच्च स्तरीय सुरक्षा आहे.

THE KUMBH MELA.
INAUGURATING BY
CM. YOGI ADITYANATH

उत्तर प्रदेशात खूप विकास झाला आहे. याचे श्रेय तुमच्या कठोर परिश्रमाला जाते.

उ. प्र. देशातील तिसरी मोठी व्यवस्था आहे. पंतप्रधान निवास योजनेंतर्गत २०१७-१८ मध्ये १.९० लाख घरांना मंजुरी देण्यात आली.

पिंकी
आजोबांचा व्हॅलेंटाईन डे
व्हॅलेंटाईन डे आज. सर्व पत्नींनी आपल्या पत्नीला देण्यासाठी गिफ्ट खरेदी केल्या.
हूँ आजे व्हॅलेंटाईन डे आहे, पण पिंकीचे आजोबा तर मला देण्यासाठी कधीच गिफ्ट आणीत नाहीत.
अरे देवा, आज एकही फूल उमलले नाही.
अहो, ऐकताय का? आज व्हॅलेंटाईन डे आहे. सर्व पती आपापल्या पत्नीला गिफ्ट देतात
आता हे काय नवीनच संकट.
या सर्व गोष्टी आहेत. वास्तवात असे काहीही होत नाही.
ते मला काही माहीत नाही. मला एखादे मोठे छानसे फूल आणून द्या.
मला १२ वा- जायच्या आधी फूल हवे आहे. नाही तर आज काही स्वंयपाक होणार नाही.

अरं देवा, १२ तर वाजायला आलेत. इतक्या लवकर मी फूल कुठून आणून देऊ?

आयडिया. एखाद्या फूल विकणाऱ्याकडेच एखादे फुकट फूल मागावे. मग माझा खिसाही आनंदी आणि पिंकीची आजीही आनंदी. हा हा हा..

अरे बाबा, मला एक फूल हवे आहे?
आनंदाने. सांगा तुमच्या सेवेसाठी कोणते फूल सादर करू?

कोणतेही एखादे मोठेसे फूल मला फ्रीमध्ये हवे आहे.
फ्रीमध्ये तर फुलाची पाकळीही मिळणार नाही.

चल जा, आल्या वाटेने परत जा.
हद्द झाली. आज काल माणुस- की वगैरे काही राहिलेच नाही.

लवली फ्लॉवर
अरे व्वा! आणखी एक फुलांचे दुकान? त्यावर बसलेला मुलगा तरुण आहे. तो माझ्या भावना समजू शकेल. पण यावेळी मी फूल विकत घेतो.

अरे बाबा, मला एक फूल घ्यायचे आहे?
तुम्हाला केवढ्यापर्यंत फूल हवे आहे?

हे घे ५ रु. आणि एखादे चांगले फूल दे.
ही परदेशी फुले आहेत. त्याची किमतच ५०० रू. पासून आहे.

फुले इतकी महाग? आमच्या काळात तर ५०० रुपयामध्ये सोने येत होते.
तर मग तुमच्या काळातील सोने खरेदी करायला जा. इथे वेळ का वाया घालविता?

कमाल आहे. जग किती बदलले आहे. इथेही काम झाले नाही. आता काय करू?

१२ वाजेपर्यंत पिंकीच्या आजीला मोठ्ठेसे फूल दिले नाही तर मला उपा- शी रहावे लागेल.

ही तर कंजुष हरियाची बाग आहे.मी गुपचूप एक फूल तोडले तर कोणाला कळणारही नाही

अरे, हरिया तू?
तुम्हाला गुलाब नक्की मिळेल, पण त्यासाठी थोडा वेळ माझ्या बिट्टूसोबत खेळावे लागेल. तो खूप कंटाळला आहे.

अरे, मी तर किती तरी बिट्टूसोबत खेळलो आहे. कुठे आहे तुझा बिट्टू? आता खेळतो त्याच्यासोबत.

हा आहे बिट्टू.

बिट्टू कुत्र्याचे नाव आहे? बापरे पळा !

आजोबा.

तेच तर मी विचारीत आहे की, तुम्ही अस्वस्थ कशामुळे आहात? मला तुमची अडचण सांगा, कदाचित मी त्यावर काही मार्ग काढू शकेल. वृत्तपत्र आले नाही का?

तुझ्या आजीला आज व्हॅलेंटाईन डे असल्याचे वृत्तपत्रातून कळले आहे. आणि मी तिला एक मोठे फूल द्यावे असा हट्ट धरून बसली आहे.
बस. एवढीशी गोष्ट? मग देऊन टाका आजीला एक मोठे फूल.

क्सं काय देऊ? आज सर्व फुले खूप महाग आहेत आणि मी पाच रूपयांपेक्षा जास्त खर्चायला तयार नाही.

५ रुपयात तर खूप मोठे फूल येते.
खरोखरच तू असे फूल घेऊन आलीस तर मी तुला आईस्क्रिम देईन.

आजेबा, तुम्ही आजीकडे जा. मी त्यांना देण्यासाठी एक मोठे फूल घेऊन येते.
मी आता जातो.

आणले का माझ्या- साठी सुंदर-मोठे फूल?
फक्त दो मिनिटात सुंदर मोठे फूल तला देतो.

अरे ! हिने तर गोबी आणली.

पिंकी-चा एक्झाम फिवर

मुलांनो, तुम्हाला सर्वांना परीक्षेचा टाइम टेबल दिला आहे. आता एका आठवड्यानंतर तुमची परीक्षा आहे. त्यामुळे खूप अभ्यास करा. मस्ती नका करू. कळ्ळे?
एस टिचर.

म्हणजे आता घरी कोणीही टीव्ही, फिल्म पाहू देणार नाही. इतके दिवस टीव्हीशिवाय कसे काय रहायचे? ही खूप मोठी समस्या आहे, पण त्यावर काही तरी मार्ग काढावाच लागेल.

गुड आफ्टरनून, प्रिंसीपॉल सर.
गुड आफ्टरनून. परीक्षेची चांगल्या प्रकारे तयारी कर, पिंकी. एक्झाम फिवर चढणार नाही, याची काळजी घे.

तो काय असतो, सर?
मुले परीक्षेचे जास्त टेन्शन घेतात तेव्हा त्यांना फिवर येतो. त्याला एक्झाम फिवर म्हणतात. त्यामुळे मुले अभ्यास करू शकत नाहीत.

माझ्या समस्येवर तोडगा निघाला आहे, असे वाटते.

मधू, मी नवीन फिल्मची सीडी आणली आहे. आपण ती चालवून पाहू....
ती लपून ठेवून दे पिंकीने पाहिली तर ती फिल्म पाहण्याचा हट्ट करीन. तिच्या परीक्षा आहेत त्यामुळे आपण ती झोपल्यावर पाहू.

पिंकी आली वाटतं?
मी दार उघडते.

अगं पिंकी, तिथे का ब-सलीस? काय झालं तुला?
मम्मी, ताप आल्यासारखे वाटते. आतून थकवाही जाणवतो.

हा आतला ताप आहे. एक्झाम फिव्हर. थर्मॉमिटरने कळेल?

घे पिंकी, थर्मामिटर लाव. त्याने तुझा ताप कळेल.
पण आधी मला गरम दूद प्यायचे आहे. खूप अशक्त वाटतंय.

हे घे पिंकी गरम दूध पी. मग थर्मॉमिटर लाऊन ताप चेक कर. तोपर्यंत मी किचनमधील कामे आटोपते.

आता या थर्मॉमीटरमधील पार इतका वर चढेल की पप्पा-मम्मी मला पुस्तकांपासून दूर रहायला सांगतील आणि मग मी आरामशीरपण टीव्ही पाहीन.

पिंकी दूध घेतल?
इच्छा नाही झाली, पण थर्मॉमीटरने ताप मोजला.

अरे देवा, थर्मामीटरचा पारा तर १०६ वर आहे.
क्रश्ब, लवकर डॉक्टरांना बोलव. परिस्थती गंभीर आहे.

हॅलो, ड. रुणझुणवाला आणि झुणझुण- वालाचा सेक्रेटरी बोलत आहे. मी तुम्हाला काय मदत करू शकतो?
पिंकीला खूप तीव्र ताप चढला आहे. स्पर्शाने जाणवत नाही, पण थर्मामीटरवर कळतो. तुम्ही लवकर डॉक्टरांना पाठवा.
थोड्याच वेळात डॉक्टर तुमच्या घरी असतील.

दोन डॉक्टर भावांच्या मध्ये माझी स्थिती तर सँडविचसारखी झाली आहे. क्रोणत्या डॉक्टरांना रोग्याच्या घरचा पत्ता सांगू ते कळत नाही.

सँडविच, तुझा अर्धा पगार मी देतो, त्यामुळे रुग्णाच्या घरचा पत्ता मला सांग.
सँडविच, तुझा राहिलेला अर्धा पगार मी देतो म्हणून मला रुग्णाच्या घरचा पत्ता सांग.

मला असं वाटतं की रुग्णाच्या घरी तुम्ही दोघांनी जायला हवं कारण हा आजार विचित्र आहे. पिंकीचे हात थंड आहेत, पण थर्मामीटरवर ताप दिसतो.
चल दादा. आपण मिळून रुग्णाला बरे करू आणि आपणही योग्य डॉक्टर असल्याचे जगाला दाखवून देऊ.

तापामुळे पिंकीचे अभ्यासात मन लागत नाही.
तिला फिल्म पाहू द्या. त्यात तिचे मन रमेल.

व्वा! एक्झाम फिवरने तर मजा आणली आहे. आता माझा हा ताप इतक्या सहजपणे उतरणार नाही. हा.. हा... हा..
डॉक्टरसाहेब, तुम्ही दोघे आणि इतकी सारी पुस्तके कशासाठी आणलीत?

डिंग...डाँग...
दारावरची घंटी वाजली आहे.
डॉक्टर आलेत वाटतं.

सँडविचने आम्हाला सर्व काही सांगितले आहे. ताप विचित्र आहे. त्यासाठी आम्हाला ही सर्व पुस्तके वाचावी लागतील.

झुणझुणवाला, मला वाटते, पिंकीचा ताप एक्झाम फिवर आणि मलेरियाचा एकत्रित परिणाम आहे.
रुणझूणवाला, मी तुमच्याशी सहमत नाही. मला पिंकीचा ताप एक्झाम फिवर आणि व्हायरल फिवरचा एकत्रित परिणाम वाटतो.

तू माझे म्हणणे चूक म्हणतोस? मी ही दाढी रुग्ण तपासत तपासतच पांढरी केली आहे.
रुग्णांचा अभ्यास करता करताच माझ्या डोक्यावर टक्कल पडले आहे.

अरे, तुम्ही दोघे असे भांडू नका.
डिंग...डॉण...

बाबा तुम्ही? या. पिंकीला जरा विचित्र ताप आला आहे. तो स्पर्श केल्यावर जाणवत नाही, पण थर्मामीटरवर दिसतो. तुम्ही तिला बरे कराल का?
क्का नाही? आता करतो.
पिंकीने थर्मामीटर गरम दुधाच्या ग्लासतच टाकले असेल. त्यातच आता बर्फ घालतो.

पिंकी, परत एकदा थर्मामीटरने ताप बघ.
आता ताप उतरला आहे.
पिंकी चल, लवकर अभ्यासाला बस.

पिंकी
आणि आजोबांचा सदरा
पिंकी, आता पुरे कर. तू अख्ख घर डोक्यावर घेतलं आहेस.

ओह ! कोणी तरा आलंय वाटतं? घरभर पसारा पडलाय.
डिंग...डाँग...

मिसेस टिना, किती दिवसांनी आलात? आमच्या घराचा रस्ता विसरलात वाटतं?
मधू, मी नाही, तू विसरलीस.. जरा आठव, आज या वेळी आपण शॉपिंगला जायचं काल फोनवर ठरवलं होतं.

अरे हो, पिंकीला सुट्ट्या लागल्या तेव्हापासून तिने सर्व घर डोक्यावर घेतल्यामुळे मी विसरून गेले.
मधू, तू पिंकीला शिवण क्लासला का नाही पाठवत?

आधी माझी मुलगीही असाच गोंधळ करायची, पण तिला क्लासला पाठविल्यापासून ती सतत काही ना काही शिवत असते.

हा चांगला विचार आहे. या निमित्ताने पिंकीला शिवायलाही येईल.

पिंकी, आता पुरे झालं. फटाफट तयार होऊन शिवण क्लासला चल.

मला पिंकीचं इथे ॲडमिशन करायचं आहे. तिला चांगले शिवणकाम शिकवा.
तुम्ही निश्चिंत रहा. ती एखाद्या घोड्यासारखी शिलाई मशीन चालवील.

पिंकी, कपड्याचे दोन तुकडे घे. जवळ जवळ ठेवून त्यावर मशीन चालव. ते जोडले जातील.

आजच्यासाठी इतके पुरे झाले. उद्या आणखी नवीन गोष्टी शिकवितो. घरी जाऊन याची प्रॅक्टिस कर. .

व्वा! मास्तरजींनी खूप चांगली शिलाई शिकविली. घरी जाऊन दोन तुकडे जोडले तर मम्मी खूप खूश होईल.

मम्मी कुठे तरी बाहेर गेलीय वाटतं. ती यायच्या आधी मी कपड्याचे तुकडे जोडून तिला सरप्राईज देते.

आता शिवण्यासाठी वेगवेगळे कपडे कुठून आणू?

या बेडशीटचे आधी कात्रीने दोन तुकडे करते. मग ते शिवल्यावर मम्मी खूप खूस होईल.

आता शिवून दोन्ही भाग एकत्र करू या...

हे बघ मम्मी, आज पहिल्याच दिवशी मी दोन कपडे जोडायला शिकले. घरात वेगवेगळे कपडे नव्हते म्हणून मग बेडशीटचे कात्रीने दोन तुकडे करून मग ते एकत्र शिवले.
पिंकी, तू माझ्या नवीन बेडशीटचा सत्यानाश केलास.

माझ्या नजरेपासून दूर हो आणि तुझी ही शिलाई मशीनही घेऊन जा...

शिवण्यामध्ये काही चूक राहिली वाटतं. म्हणूनच तर मम्मी नाराज झालीय. पुढच्या वेळी अधिक काळजीपूर्वक शिवते.

ओह. इतका छान सदरा, पण टेलर एक हातच लावायला विसरलाय.

आजोबा....
आज रात्रीच्या पार्टीत घालण्यासाठी मी अतिशय आवडीने हा सदरा खरेदी केला होता. पण शिंप्याने त्याची एक बाहीच शिवली नाही. ती शिऊन घेण्यासाठी मला ५ किमी दूर जावे लागेल.

पिंकी, मी आधीच अस्वस्थ आहे, मला आणखी त्रास नको देऊ.
क्रदाचित मी तुमच्या उपयोगी पडू शकेल?

बस, इतकीशी गोष्ट? मी आता तुमच्या सदऱ्याची बाही शिवून देते.

34

खरंच पिंकी, तू माझा सदरा शिव. मी तुझ्यासाठी गार सरबत बनवितो.

टेलर मास्टरने सांगितले होते, आधी सरळ न्या. मग उजवीकडे घ्या. मग डाविकडे वळले की शिलाई तयार होते.

आजोबा, तुमचा हा सदरा शिवून तयार आहे.
आणि हे सरबतही तयार आहे.

सरबत खरोखरच छान झाले आहे.
आता मी माझा सदरा घालून पाहतो.

अरे, मी तर यामध्ये अडकलो. कोणी तरी मला बाहेर काढा.

पिंकी
आणि उपाशी कुटकुट
कुटकुट थांब. विनाकारण इकडे तिकडे भटकू नको. त्यामुळे सामान खाली पडते.

अरे, माझे मोजे कुणी कुरतडले. या खारीचेच हे काम असावे.
तिने माझी बनारसी साडीही कुरतडली आहे.

मम्मी, कुटकूटला खूप भूक लागली आहे. काही खायला दे.
गप्प रहा, पिंकी. त्या खारीने आमचे खूप नुकसान केले आहे. तिला लगेच घरातून हाकल.

चला कुटकूट, आपण तुझ्या खाण्याचा बाहेरच कुठे तरी शोध घेऊ.

पहा तर, हा सोनेरी फ्रेमचा नवीन चष्मा मला कसा दिसतो?
चांगला दिसतो. एकदम हॅंडसम दिसता.

तू ही मजाक करतेस?
मजाक नाही करत. खरं तेच सांगते. ठीक आहे आता ही नवीन फ्रेम थोडा वेळ काढून ठेवा नाही तर डोके दुखेल.

बघ, मी चष्मा खुर्चीवर काढून ठेवला आहे.

आजोबा, कुटकूटला काही मदत मिळेल का?
पिंकी, कुटकूटला काय झाले आहे?
ती आज सकाळपासून उपाशी आहे. तिला खायला काही तरी द्या.

माझ्याकडे काही खोरे दाणे आहेत. मी ते कुटकूटला देतो, पण ती आहे कुठे?

हे !!! तिने माझी महागडी फ्रेम चावली आहे. ती घातल्यावर मी खूप हँडसम दिसतो. या खारीला आता घराबाहेर काढ.

दादाजी कुटकूटसाठी आधी खोरे दाणे तर द्या थोडे.
ही खार माझे नुकसान करील आणि मी तिला खायला देऊ? दूर कर तिला माझ्या नजरेपासून.

कुटकूट, तू आजोबांची फ्रेम चावली नसतीस तर तुला खोरे दाणे मिळाले असते.

हे घ्या गार गार रसगुल्ले. मी खास तुमच्यासाठी बनविले आहेत.
व्वा, रिम्बी, मजा आली. आज मी पोटभर रसगुल्ले खाऊ शकेल.

बाप रे!!!
काय झाले?

पिंकी आणि तिची खार कुटकूट इकडेच येत आहे.
मग काय झाले?

मी हे रसगुल्ले लपवून ठेवतो. कुटकूटने ते पाहिले तर ती सर्व खाऊन टाकील. एवढीशी खार इतके रसगुल्ले कसे काय खाते ते कळत नाही.

झपटजी?
पिंकी, आज माझा आणि तुझ्या आंटीचा उपवास आहे. घरात खायला काहीही नाही. त्यामुळे तू जा.

तुम्ही माझ्यापासून काही तरी लपवित आहात.
क्राही नाही.

तुही काही खाण्याची गोष्ट लपवित आहात का?
अरे देवा, हिला कसे काय कळले? तिने असाच अंदाज लावला असेल. हिला काही ज्ञानाच्या गोष्टी सांगून कंटाळा आणतो. मग ती निघून जाईल.
लप्पणे-लपविणे तर वरच्याच्या हातात आहे. मी काय लपविणार?

तर काय तुम्ही वरच्या अंकल सोबत लपाछपीचा खेळ खेळत असून आता लपविण्याची पाळी तुमची आहे?
अरे, तुला काही कळत नाही. मी देवाविषयी बोलत होतो. आता तू जा.

ठीक आहे, मी जाते, पण तुम्ही माझ्यापासून लपविलेली गोष्ट आता तुम्ही खाऊ शकणार नाहीत. ते मांजरीने खाल्ले आहेत.

अरे ! मांजरीने माझे रसगुल्ले खाल्ले?
म्यांऊ.

गुपचूप ही बॅग माझ्या ताब्यात दे आणि निघून जा.

तोच...
छ लां... ग !!!
आता घे, ढिश्यूम...
अंकल, कुटकूटला सोन्याचे नाही तर खरे बिस्किट हवे आहे. तिला भूक लागली आहे.
इथे जवळच माझी बिस्किटांची फॅक्ट्री आहे. तिथे जाऊन कुटकूट हवी तितकी बिस्किटे खाऊ शकते.

धन्यवाद पिंकी. तुझ्या कुटकूटने माझा जीव वाचविला आणि सोन्याच्या बिस्किटांनी भरलेली बॅग लुटण्यापासून वाचविली.
मी एक सोन्याचे बिस्किट तिला भेट देतो.

कुटकूट, तुझ्या भूकेची तर चांगली सोय झाली आहे.

पिंकी आणि चोर-पोलिस

पिंकी, तुझ्या कॉम्प्युटरमध्ये गेम्स आहेत?
आहेत, शिरी. पण आमचा कॉम्प्युटर बिघडला आहे.

लुडो, झोका, दोरी असा एखादा खेळ माझ्याशी खेळशील?
मला त्यात काही रस नाही.

चोर- पोलिस?
मला आवडतो तो. मला चोर व्हायला आवडते.

मला चोर होऊ दे.
नाही, शिरी. तू पोलिस हो.

ठीक आहे.
मी लपते. तू मला धरायला ये.

धन्नोताई, खेळात मी चोर आहे. मी तुमच्या घरात लपू शकते का?

हे चांगल्या लोकांचे घर आहे. मी चोर उचल्यांना आत येऊ देत नाही.

कोणाच्या घरात लपण्याऐवजी मी पार्कमध्ये जाऊन लपते.
© PRAN'S FEATURES

ती दाट झाडी लपण्यासाठी उपयुक्त आहे.

तू...?
मी चोर आहे. पोलिसांच्या भीतीने इथे लपलो आहे.

माझ्यासारखाच तू पण चोर- पोलिस खेळत आहेस?
मी खरा चोर आहे, कळले?

तूही पोलिसांपासून लपला आहेस आणि मीही पोलिसांपासून लपले आहे. मग आपण दोघे बहीण-भाऊ झालो.

ओह ! माझे डोके खाऊ नको.
इथून निघून जा.

तू झाडीमागे लपू शकतोस तर मग मी का नाही?
हळू बोल. तुझा आवाज कोणी ऐकला तर पोलिस येतील.

जितकी तुला पकडले जाण्याची भीती आहे, तितकीच मलाही आहे.

अरे रे! काय संकट आहे?

हळू बोल.
तू हळू बोल.
तू
तू
© PRAN'S FEATURES

गप्प! आता एक शब्द काढलास तरी ठार मारीन.

त्या झाडीची पाने हालत आहेत, पिंकी तिच्याच मागे लपली असेल.

तिला सोड. ती माझी चोर आहे.
खबरदार, पुढे येऊ नको.

मी पोलिस आहे, माहीत नाही?

चल...

मला या चोराचा अनेक दिवसांपासून शोध होता.
शीरी, तुला पिस्तुल चालविता येते?
कसले पिस्तुल? हे खेळणे आहे.
www.chachachaudhary.com

FIND 10 DIFFERENCES

Find the differences in two Pictures and send us back to win a surprise prize - write down the following details in block letter: Complete Name, Telephone Number with STD code (Mobile Number), Age, Place of Birth, Date of Birth, Gender, Email ID and Complete Postal Address with Pin code.

Discover Talent @ Diamond Toons

X-30, Okhla Industrial Area, Phase-II, New Delhi-110020
Ph.: 011-40712100, 40712200, E-mail: sales@dpb.in